ஜன்னலோர இருக்கை

Window Seat of life

இரா. ரகுராமன்

BookLeaf Publishing
India | USA | UK

Made with ❤ on the BookLeaf Publishing Platform
www.bookleafpub.in
www.bookleafpub.com

Dedication

என் வாழ்க்கையின்
மூன்று முக்கியமான பெண்மணிகளுக்கு...
என்னை உருவாக்கிய
என் அம்மாவுக்கு...
என் வாழ்க்கைக்கு
அர்த்தம் தந்த
என் மனைவிக்கு...
என் நாளைய உலகமாக
வளரும்
என் மகளுக்கு...
இந்த "ஜன்னலோர இருக்கை"
உங்களுக்கே...
-ரகுராமன் ராதாகிருஷ்ணன்.

Preface

வாழ்க்கை என்பது
ஓட வேண்டிய பயணம் மட்டுமல்ல...
சில நேரங்களில்
ஜன்னலோர இருக்கையில் அமர்ந்து,
அதை ரசித்துப் பார்க்க வேண்டிய அனுபவம்.
இந்தப் புத்தகத்தில் உள்ள கவிதைகள்
பெரிய தத்துவங்களையோ
பாடம் சொல்லும் வரிகளையோ
சுமக்கவில்லை.
இவை—
வழியிலே பார்த்த காட்சிகள்,
சந்தித்த முகங்கள்,
உணர்ந்த மௌனங்கள்,
சில சிரிப்புகள்...
சில அழுகைகள்...
எல்லாவற்றையும்
ஒரு பயணியின் பார்வையில்
பதிவு செய்த சிறிய குறிப்புகள்.
இந்த வரிகளில்
நீங்களும்
உங்களையே
ஒரு வரியிலாவது
காணக்கூடும் என்றால்,
இந்தப் புத்தகம்

தன் பயணத்தை
நிறைவு செய்ததாக எண்ணுகிறேன்.
ஜன்னலோர இருக்கையில்
ஒரு கணம் அமர்ந்து,
வாழ்க்கையை ரசிக்க
இந்த வரிகள்
உங்களுக்கு துணையாக இருந்தால்—
அதுவே
இந்தக் கவிதைகளின்
முழு அர்த்தம்.

ரகுராமன் ராதாகிருஷ்ணன்.

Acknowledgements

என் தமிழ் ஆசிரியர்களுக்கு நன்றி.
எழுத்துகளின் அழகையும்
சொற்களின் அர்த்தத்தையும்
எனக்குக் கற்றுத் தந்த
அனைவருக்கும்
என் மனமார்ந்த நன்றிகள்.

1. ஜன்னலோர இருக்கை

வாழ்க்கை என்பது...
அழகான ஒரு பயணம்...
வழியெல்லாம்...
விதவிதமான காட்சிகள்...
சில சிரிப்புகள்...
சில அழுகைகள்...
சில மௌனங்கள்...
எல்லாவற்றையும்...
ரசித்தபடியே...
நானும் பயணிக்கிறேன்...
வேடிக்கை பார்த்துக்கொண்டே...
ஜன்னலோர இருக்கை கிடைத்த...
ஒரு சிறுவன் போல...

2. நானும் நத்தையும்

நானும் நத்தையும்...
ஒன்றுதான்...
நானே என்னை
சுமக்க முடியாமல்...
மெதுவாக...
நகர்ந்து கொண்டிருக்கிறேன்...

3. நடு இரவில் ஓடும் ரயிலின் இரைச்சலாய்...

யாரும் இல்லாத தனிமை இரவு...
சடுதியில்...
பட்டு தெரித்த மழைத்துளிபோல்...
எழுந்தது உன் நினைவு...
கண்களை மூடி...
காலங்களைப் பின்னோக்கி...
மெதுவாக...
பயணித்தது என் மனது...
என் நினைவுகளுக்குள்...
மறைந்து கிடந்த உன் முகத்தைத் தேடி...
அலைந்தது அந்தப் பயணம்...
எழுதிய கவிதைகள்...
பேசிய வார்த்தைகள்...
சிந்திய கண்ணீர்கள்...
இன்னும்... இன்னும்... என்னென்னவோ...
கண்கள் இடுங்கி...
முடிகள் நரைத்து...

உடல் வலுவிழந்து...
படுக்கையில் கிடக்கும் போதும்...
நடு இரவில் ஓடும் ரயிலின் இரைச்சலாய்...
என் இதயத்தின் ஓரத்தில்...
ஏனோ...
இன்னமும்...
உன் நினைவு...

4. இறைவியனவள் நீ...

இன்னமும் தெரியவில்லை...
எப்படித் வந்தாய் என்று...
சிறு துளியாய் மேலே விழுந்து...
சடசடவென மழையாய்...
என்னை கரைத்தாய்...
பெருவெள்ளமாய்...
என்னை அன்பில்
மூழ்கடிக்கிறாய்...
மகளே... நீ...
வாழ்க்கையின் வலிகளோடு...
கடந்து கொண்டிருந்த போது...
உன் புன்னகையை காட்டி...
பூக்களை
என் வழிகளில்
தூவியவள் நீ...
என்னையே...
நான் சுமக்க முடியாமல்
தவித்து கொண்டிருந்த போது...
திடீரென்று...
என் தோளில் ஏறி அமர்ந்து...

“செல்...” என்று சொன்ன
என் அழகான
வேதாளம் நீ...
என் வாழ்க்கையின்
விடுகதையும் நீயே...
விடையும்
நீயே...
என் சிரிப்பு...
என் கோபம்...
ஏன்...
என் மௌனம் கூட...
அறிந்தவள் நீ...
சில நேரம்...நான் உன் தோழி என்கிறாய்...
சில நேரம்...நான்தான் உன் தாய் என்கிறாய்...
அதட்டி, உருட்டி, மிரட்டும் போது...
நான் உன் தந்தை என்கிறாய்...
இப்படியே...
எனக்கு எல்லாமுமாகி...
என்னுள்ளே
என்னையே
கரைய வைத்து...
எனக்கு...
இறைவியனவள் நீ...

5. பள்ளிப் பரணி

வெகு நேரமாய்...
பரண் மேல்
தேடிக் கொண்டிருக்கிறேன் நான்...
என் கிழிந்து போன
பழைய பள்ளிப் புத்தகத்தின்
மீதிப் பக்கங்கள்
கிடைத்துவிடாதா என்று...
இப்போது
படிக்க...

6. அம்மாவின் காப்பி

நீ பெரிய ஆளுமைகளைக்
கொண்டிருக்கவில்லை...
புதுமைப் பெண்ணும் இல்லை...
எதார்த்த உலகின்
வலிவழியாய்
துன்பங்களை சந்தித்த போதும்...
வெயிலின் தாக்கம்
என் மேல்
படாமல் இருக்க,
உன் முன்தானை வாசமும்...
மடி வாசமும்...
இன்னும் என் மூக்கிற்குள்
நெருடிக் கொண்டிருக்கிறது...
ஒரு தேன் மிட்டாய் கிடைத்தால்கூட...
“எனக்கில்லை...”
“உனக்காக எடுத்துவைத்தேன்...”
“உனக்காகத்தான் கொண்டு வந்தேன்...”
என்று தந்தவள்நீ..
ஒரு சிறப்பு குழந்தையை நான் உனக்குப்
பிறந்தபோதுகூட...

“என் மகனுக்கு
மூக்கும் முகமும்
ராஜ களை...”
என்று
பெருமை பேசினவள் நீ...
நான் நடக்க இயலாதபோது...
எனக்கு
பறக்க
கற்றுத் தந்தவள் நீ...
நான் நடக்கும்போது...
விழுந்தால்கூட...
எழுந்து நட....
என்று சொன்னவள் நீ...
என்னைப் பார்த்து
உலகம்
தயங்கியபோது...
என்னை
சபை நடுவில்
நடக்க வைத்தவள் நீ...
கம்பீரம்
உடலில் இல்லை...
மனதில் என்று
சொன்னவள் நீ...
நரைத்த பிறகும் கூட...
நான் ஊருக்கு
வரும் போதெல்லாம்...
“குழந்தை வந்திருக்கான்...”

என்று
யாரிடமோ கூறி...
என்னை
மீண்டும்
குழந்தையாக்கினாய்...
உன் அருகில்
நான் இருக்கும் போது...
உன்னை
நான் காணும் போதெல்லாம்...
எனக்குள் இருக்கும்
வயது மறைந்து...
ஒரு சிறுவனே
திரும்பி வருகிறான்...
“உன்னால் ஒன்றும் முடியாது...”
என்று தெரிந்தும்...
நான்
தளரும் போதெல்லாம்...
“விடு...
பார்த்துக்கலாம்...
அம்மா இருக்கிறேன்...”
என்று சொன்னவள் நீ...
உன்னோடு அமர்ந்து...
உறக்கம் வராத
அதிகாலை வேளையில்...
உன் காப்பி
குடித்துக் கொண்டு...
ஊர் கதைகள்

பேசியது என்ன...
உன் அருகிலே
ஒரு சிறுவனாய்...
விளையாடியது
என்ன...
இரவெல்லாம் பேசிய நீ...
காலையில்
இல்லை என்றார்கள்...
உன் குரல் பதிவை
கேட்கும் முன்பே...
காலன் உன்னை
கொண்டுசென்றான் என்றார்கள்...
வாழ்வியல் தினசரி
போராட்டங்களுக்கிடையில்...
உன் அலைபேசி அழைப்புகளை
எடுக்காமல் நான்
தவிர்த்து இருக்கிறேன்...
"என்ன...
சாப்பிட்டாயா...
தூங்கினாயா...
காப்பி குடிச்சாயா...?"
இதைத்தான
கேக்கப் போறே... என்று
உன்னை
எள்ளி நகையாடி
இருக்கிறேன்...
தினமும் அலைபேசியில் பேசுவாய்...

குறைந்தபட்சம் குரல் பதிவை
இடுவாய்...
இப்போது...அலைபேசியை அடிக்கடி
பார்த்துக் கொண்டிருக்கிறேன்...
ஒரு முறை அழைத்து...
“சாப்பிட்டாயா?”என
கேட்க மாட்டாயா என்று...
உன் குரல் பதிவை
மீண்டும்...மீண்டும்
கேட்கிறேன்...
இப்போது மீண்டும்
ஒரு முறை பதிவிடுவாயா...?
உன் காப்பியின் மணம்...
என்னைச் சுற்றி வருகிறது...
என்னை இன்னொரு
ஜென்மம் காக்க வைத்துவிட்டாயே...அம்மா...
உன்
கையால்
ஒரு காப்பி
குடிக்க...

7. எதையோ தேடி....

எதையோ தேடி நாம் ஓடிக்கொண்டே
இருக்கிறோம்....
மூச்சு வாங்க நேரமில்லாமல்....
திரும்பிப் பார்க்கத் துணிவில்லாமல்....
காலம் பருவம் பருவமாக மாறுகிறது....
அதனோடு நாமும்
நம்மை நாமேஅறியாமலே
மாற்றிக்கொள்கிறோம்....
குழந்தையாய்....பசிக்கு உணவைத்
தேடினோம்....
பாசத்திற்குத் தாயைத் தேடினோம்....
சிறுவனாய்....விளையாட்டின் நடுவே
நம்மைப் புரிந்துகொள்ள
நண்பர்களைத் தேடினோம்....
பதின்ம பருவத்தில்....உடல் வளர்ந்தது....
இதயம் அதைவிட வேகமாக வளர்ந்தது....
காதலென்று சொல்லி
ஒரு இதயத்தைத் தேடினோம்....
கொஞ்சம் முதிர்ந்தபின்....
கனவுகளுக்கு விலை வைத்தோம்....

பொருளைத் தேடினோம்....
பதவியைத் தேடினோம்....
பாதுகாப்பைத் தேடினோம்....
வாழ்க்கைக்கு துணை தேடினோம்....
நாம் இல்லாவிட்டாலும்
நம் பெயர் வாழ வேண்டும் என்று
நம் சந்ததிக்காக
எல்லாவற்றையும்
அவர்கள் கனவுகளை
நம் தோள்களில் சுமந்து
தேடினோம்....
தேடி தேடி....
ஓடி ஓடி....
களைத்த பிறகு....
கட்டிலில் வீழ்ந்த பிறகும்
அப்படியே
ஓய்ந்து விட்டோமா என்றால்....
இல்லை....
அப்போதும்
நாம்
மரணத்தையே
தேடி நிற்கிறோம்...

8. அதிகாலை நர்த்தனங்கள்

குழந்தை
ஆச்சரியமாய் பார்க்கிறது...
அம்மா
என்னைத் தானே
நாட்டிய வகுப்புக்கு
அனுப்புகிறாள்...
ஆனால்
அத்தனை அபிநயமும்
நர்த்தனமும்
அம்மா ஆடுகிறாள்...
என்னை
காலையில்
பள்ளிக்கு
அனுப்ப...

9. எழுதப்படாத டையரியின் பக்கங்களில்...

எழுதப்படாத டையரியின் பக்கங்களில் ....
இன்னும் மிச்சமிருக்கிறது...
வாழ்க்கையின் அறியப்படாத
சுவாரசியங்களும்,
சொல்லப்படாத ரகசியங்களும்...

10. நினைவு நாள்...

காலையில் தலை குளித்து...
சட்டங்கள் மாட்டிய
புகைப்படம் மெதுவாகத் துடைக்கப்பட்டு...
பூவும்...பொட்டும்... மாலையும்...
ஒன்றன்பின் ஒன்றாய் இட்டு...
பிடித்த பாதார்த்தங்கள் இலையில்
வைக்கப்பட்டு...
நடு ஹாலில் வைத்து...
புகைப்படத்தின் முன்
விழுந்து வணங்கும் போது–
மனம் ஏனோ நினைக்கிறது...
உயிருடன் இருந்தபோது
இன்னும் நன்றாய்
பார்த்துக்கொண்டிருக்கலாமோ...?

11. முரண்...

பள்ளியிலிருந்து
பதில் சொல்ல முடியாமல்
படிப்பை விட்டுப்
ஓடி வந்தவன்
“பார்த்து...
நல்லா படிச்சுக்கோ"என்றான்...
அதே குரலோடு...
அதே பயத்தோடு....
அதே ஆசையோடு...
தன் பிள்ளையை
பள்ளியில் சேர்க்கும் போது....

12. மசாலா திரைப்படம்

எதுவும் இல்லாத வெள்ளித் திரையாய்....
ஆரம்பிக்கிறது நமது திரைப்படம்...
விதவிதமான கதாபாத்திரங்கள்...
எதிர்பாராத திருப்பங்கள்...
ஆச்சரியங்கள்...
இந்த நிமிடம் ஒரு பாத்திரம்...
அடுத்த நிமிடம் வேறு பாத்திரம்...
தினம் ஒரு களம்...தினம் ஒரு பாணி...
நாயகன் பெயர் எழுதப்படுவதில்லை...
முடிவுகள் நம்மைக் கேட்டு
எழுதப்படுவதில்லை...
கதையின் போக்கில்
நம் பாத்திரங்கள் மாறும்...
வசனங்கள் மாறும்... காட்சிகள் மாறும்...
வலிகள்...கண்ணீர்...
அழுகை...சந்தோஷம்...
கோபம்...காதல்...சிரிப்பு...
எல்லாமே கலந்து நிற்கும்
இந்த திரைப்படத்தில்...
ஆயிரம் திருப்பங்கள்...

அதிர்ச்சிகள்...
வலிகளும் ஆச்சரியங்களும் இருந்தாலும்...
சுவாரசியமான
மசாலா திரைப்படமே
வாழ்க்கை...
இங்கே
நடிக்கக் கற்றுத் தரப்படுவதில்லை...
ஆனால் நடிக்கிறோம்...
வசனங்கள்
சொல்லித் தரப்படுவதில்லை...
ஆனால் பேசுகிறோம்....
நாயகனும் நாயகியும் நாமே...
நடிப்பதும் நாமே...

13. செயற்கை மனிதன்

ஒரு மாயவித்தைக்காரன்
உலகில் வந்துவிட்டான்.
உலகமே
அவனுக்கொரு மேடை.
அவன் காட்டும் வித்தைகள்
ஆச்சரியம்....
“நிஜமல்ல.
மாயமல்ல.
மந்திரமல்ல.”
“பார்த்துக்கோங்க...
சாமியோ!”
என்று கூவுகிறான்
வித்தைக்காரன்.
இல்லாததை
இருப்பதாகக் காட்டுகிறான்;
இருப்பதை
இல்லாததாகக் காட்டுகிறான்.
எது நிஜம்?
எது நிழல்?
தெரியவில்லை

இந்த மாய உலகில்.
நடப்பவன் பறக்கிறான்.
பறப்பவன் நடக்கிறான்.
கடவுள் பேசுகிறார்.
கைக்குழந்தையும் பேசுகிறது.
இவ்வுலகம்
செயற்கையாய்
ஆர்ப்பரிக்கிறது.
ஏற்கனவே செயற்கையாய் வாழும் மனிதன்...
இன்று
செயற்கையில்
இயற்கையையும்
சேர்த்துவிட்டான்.
இயற்கையைப்
படிக்க மறந்த மனிதன்,
செயற்கையை கற்று
தான் "மனிதன்"
என்னும் இயற்கையை
மறந்து,
செயற்கையாகவே
மாறிவிட்டான்.

14. மனைவியின் மனம்...

என் புத்தகத்தை
எல்லோரும் படித்தார்கள்...
மொழிகள் புரியாதவர்கள்கூட
என் கவிதையைப்
பாராட்டுகிறார்கள்...
விஞ்ஞானம் வளர்ந்து,
செயற்கை நுண்ணறிவு பிறந்து,
நிறைந்து கிடக்கும்
இந்த வேளையிலும் இன்னமும்
புரிந்து கொள்ள முடியாதது
என்னவளின் மனம்...

15. சிரிப்புக் கவிஞன்

என்ன கவிதை
எழுதியிருக்கிறான் என்று
கவிஞனை
எல்லோரும் திட்டினார்கள்...
கவிஞன்சந்தோஷப்பட்டான்...
அப்படா!...
என் கவிதைகளையும்
எல்லோரும்
படித்துவிட்டார்கள்
என்று.

16. சமையல் விதி....

திருமண மண்டபத்தில்
ஐந்தாயிரம் பேருக்கு மேல்
சமைத்து விட்டு வந்த
சமையல்காரர்....
தன் வீட்டு சமையலறையில்
தேடிக்கொண்டிருந்தார்....
இன்று
“நாம் சாப்பிட
என்ன சமையல்?”
என்று....!

17. தாயின் சுவை...

என் அம்மா போல நூடுல்ஸ்
சுவையாக செய்வார்களாஎன்று–
என் செல்ல மகள்
பக்கத்து வீட்டு
பெண்மணியிடம்
விவாதித்து கொண்டிருந்தாள்....
என் மனைவிக்கு பெருமை....
நான் மௌனமாய்
உணவருந்தி
கொண்டிருந்தேன்....
தாயின் சுவையே முதல்சுவை....
என அறியாத
மனைவியின் அறியாமையை
நினைத்து..

18. சந்திப்பு...

நாம் சந்திக்க
பயப்படுகிறோம்....
நம்மை நாமே
நாமாகவே....

19. என்னவளுக்காக...

கவிதை புத்தகங்களை
தேடி தேடி
படித்துக் கொண்டிருக்கிறேன்...
எல்லாவற்றையும்
கலைத்து போட்டு
என்னவளுக்காக
இருவரி கவிதை—
நான்
எழுதிவிட மாட்டேனா
என்று...

20. அழைப்பிதழ்...

என் அறுபதாம் கல்யாண பத்திரிகையை
அவளுக்கே முதலில் தந்தேன்...
அவளே அறியாமல்
நான் அவள் திருமணத்திற்கு
சென்றிருந்தேன்...
எல்லோரும் அறிய
என் திருமணத்திற்கு
அவள்
வர வேண்டும்
என்று
ஆசைப்பட்டேன்—
மணப்பெண்ணின்
தோழியாகவாவது...

21. உயிர் கவிதை...

என்னவளுக்காக
கவிதைகள் தேடினேன்–
Google Geminiயிலும்,
ChatGPTயிலும்...
ஆச்சரியம்...
இரண்டும்
ஒரே மாதிரியாக
பதில் அளித்தது–
“கவிதைக்கு
எங்களிடம்
கவிதை இல்லை”என்று.

www.ingramcontent.com/pod-product-compliance
Lightning Source LLC
Chambersburg PA
CBHW070653240926
51846CB00003BA/892
9789375104605